Ngủ ngon, Sói con yêu

Slaap lekker, kleine wolf

Truyện tranh song ngữ

Ulrich Renz · Barbara Brinkmann

Ngủ ngon, Sói con yêu

Slaap lekker, kleine wolf

Bản dịch:

Dat Nguyen, Thi Thu Trang Nguyen (tiếng Việt)

Jonathan van den Berg (t. Hà Lan)

Âm thanh và video:

www.sefa-bilingual.com/bonus

Mật khẩu để truy cập miễn phí:

tiếng Việt: **Xin lỗi, sách nói hoặc video chưa có bằng ngôn ngữ này. (Sorry, audio or video not yet available.)**

t. Hà Lan: **LWNL2321**

Chúng tôi đang nỗ lực cung cấp cho bạn càng nhiều sách song ngữ càng tốt dưới dạng sách nói và video. Chúng tôi mong bạn kiên nhẫn nếu chưa có phiên bản âm thanh hoặc video nào bằng ngôn ngữ của bạn! Bạn có thể cập nhật tiến độ công việc của chúng tôi trên trang web của chúng tôi:
www.sefa-bilingual.com/languages

Chúc Tim ngủ ngon! Ngày mai chúng ta sẽ tiếp tục tìm.
Giờ thì ngủ ngon con yêu!

Goedenacht, Tim! We zoeken morgen verder.
Voor nu slaap lekker!

Bên ngoài trời đã tối.

Buiten is het al donker.

Tim đang làm gì vậy?

Wat doet Tim daar?

Cậu bé chạy ra ngoài sân chơi.
Cậu ấy tìm cái gì vậy?

Hij gaat naar de speeltuin.
Wat zoekt hij daar?

Con Sói nhỏ!

Không có nó Tim không ngủ được.

De kleine wolf!

Zonder hem kan hij niet slapen.

Ai cũng đến sân chơi vậy?

Wie komt daar aan?

Marie! Cô bé đi tìm quả bóng của mình.

Marie! Ze zoekt haar bal.

Và Tobi tìm cái gì vậy?

En wat zoekt Tobi?

Xe ủi của cậu ấy.

Zijn graafmachine.

Và cả Nala cũng đi tìm cái gì đó?

En wat zoekt Nala?

Con búp bê của cô bé.

Haar pop.

Tụi trẻ con không phải đi ngủ à?
Chú mèo rất ngạc nhiên.

Moeten de kinderen niet naar bed?
De kat is erg verwonderd.

Ai đang đi đến vậy?

Wie komt er nu aan?

Mẹ và Bố của Tim!

Không có Tim họ không ngủ được.

De mama en papa van Tim!

Zonder hun Tim kunnen zij niet slapen.

Và nhiều người nữa cũng tới!

Bố của Marie. Ông của Tobi. Và Mẹ của Nala.

En er komen nog meer! De papa van Marie.

De opa van Tobi. En de mama van Nala.

Giờ tất cả phải đi ngủ thôi!

Nu snel naar bed!

Ngủ ngon, Tim!
Ngày mai chúng ta không phải tìm nữa.

Goedenacht, Tim!
Morgen hoeven we niet meer te zoeken.

Ngủ ngon, sói con yêu!

Slaap lekker, kleine wolf!

Các tác giả

Ulrich Renz was born in Stuttgart, Germany, in 1960. After studying French literature in Paris he graduated from medical school in Lübeck and worked as head of a scientific publishing company. He is now a writer of non-fiction books as well as children's fiction books.

www.ulrichrenz.de

Barbara Brinkmann was born in Munich in 1969 and grew up in the foothills of the Bavarian Alps. She studied architecture in Munich and is currently a research associate in the Department of Architecture at the Technical University of Munich. She also works as a freelance graphic designer, illustrator, and author.

www.bcbrinkmann.de

Bạn có thích vẽ không?

Dưới đây là các hình ảnh từ câu chuyện đến màu sắc trong:

www.sefa-bilingual.com/coloring

Thưởng thức!

Bầy chim thiên nga

Truyện cổ tích của Hans Christian Andersen

▶ Recommended age: 4-5 and up

„Bầy chim thiên nga'" của Hans Christian Andersen là một trong những truyện cổ tích được đọc nhiều nhất trên thế giới. Mãi mãi mỗi câu truyện là một vở kịch chất chứa sự sợ hãi, tính dũng cảm, lòng yêu thương, sự phản bội, sự chia ly và hội ngộ.

Có sẵn bằng ngôn ngữ của bạn?

▶ Kiểm tra tại đây:

www.sefa-bilingual.com/languages

My Most Beautiful Dream

▶ Reading age: 2-3 and up

Lulu can't fall asleep. All her cuddly toys are dreaming already – the shark, the elephant, the little mouse, the dragon, the kangaroo, and the lion cub. Even the bear has trouble keeping his eyes open...
Hey bear, will you take me along into your dream?
Thus begins a journey for Lulu that leads her through the dreams of her cuddly toys – and finally to her own most beautiful dream.

Có sẵn bằng ngôn ngữ của bạn?

▶ Kiểm tra tại đây:

www.sefa-bilingual.com/languages

© 2023 by Sefa Verlag Kirsten Bödeker, Lübeck, Germany
www.sefa-verlag.de

IT: Paul Bödeker, Freiburg, Germany
Font: Noto Sans

All rights reserved. No part of this book may be reproduced without the written consent of the publisher

ISBN: 9783739919188

www.ingramcontent.com/pod-product-compliance
Lightning Source LLC
LaVergne TN
LVHW070220080526
838202LV00067B/6866